Quãng thời gian hoàn hảo!
A Purrrfect Time (Vietnamese Translation)

Written by Sam Miller

The Purrrfect Time was written originally in English
and translated into the following languages:
Thai, Vietnamese, Tagalog, German, Spanish, Portuguese,
Mandarin, Bengali, French, Hindi.

Copyright © 2021 by Samuel Miller

All rights reserved. No part of this publication may be reproduced, stored in a retrieval system, or transmitted, in any form or by any means, electronic, mechanical, photocopying, recording, or otherwise, without the written prior permission of the publisher.

ISBN 978-1-7773038-7-7

Book design by Hiroki Nakaji

Printed and bound with IngramSpark

Armed Bandit Publishing

Tôi đã gặp Sam khi tôi mới là một cô mèo nhỏ. Cuộc sống của cậu ấy thật dễ dàng khi cậu có đủ cả hai tay. Một ngày, Sam bị mất một cánh tay trong một tai nạn nhưng cậu không đánh mất nụ cười của mình. Câu chuyện này muốn nhắn nhủ về những điều khiến bạn hạnh phúc và không dễ dàng từ bỏ. Hãy cùng tôi nhìn lại những khoảnh khắc đáng nhớ trong cuộc sống của tôi nhé.

Tôi tên là Bob (một cô mèo cái) và tôi sẽ kể cho bạn nghe câu chuyện này

Bạn có nhìn thấy chiếc móng vuốt của tôi bên dưới cái cửa không?. Tôi đang cố để kéo cô bạn chó dưới đây. Thực ra tôi cũng không chắc cô ấy có chui qua nổi không nhưng tôi chắc chắn là tôi rất khỏe đó!

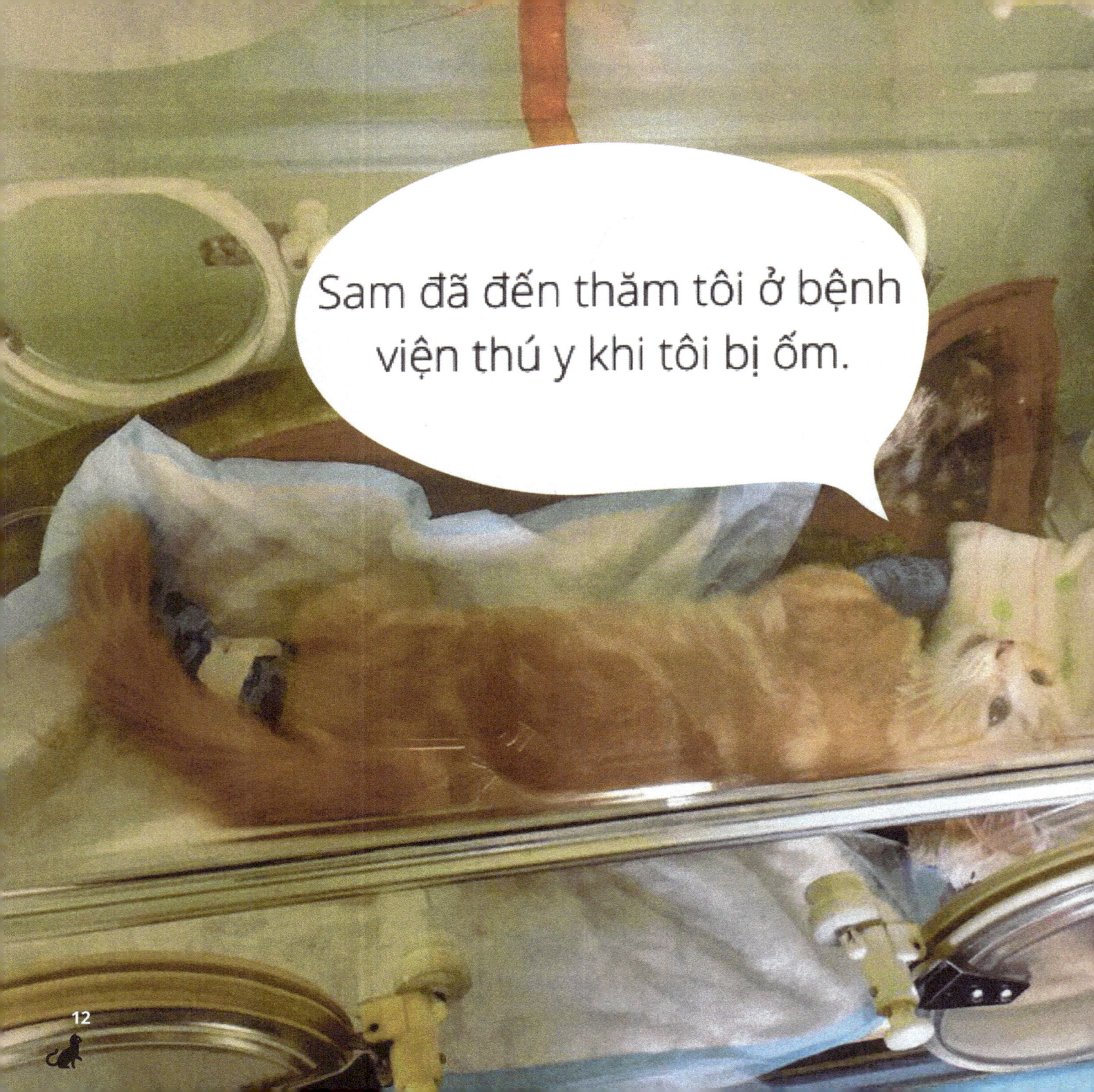

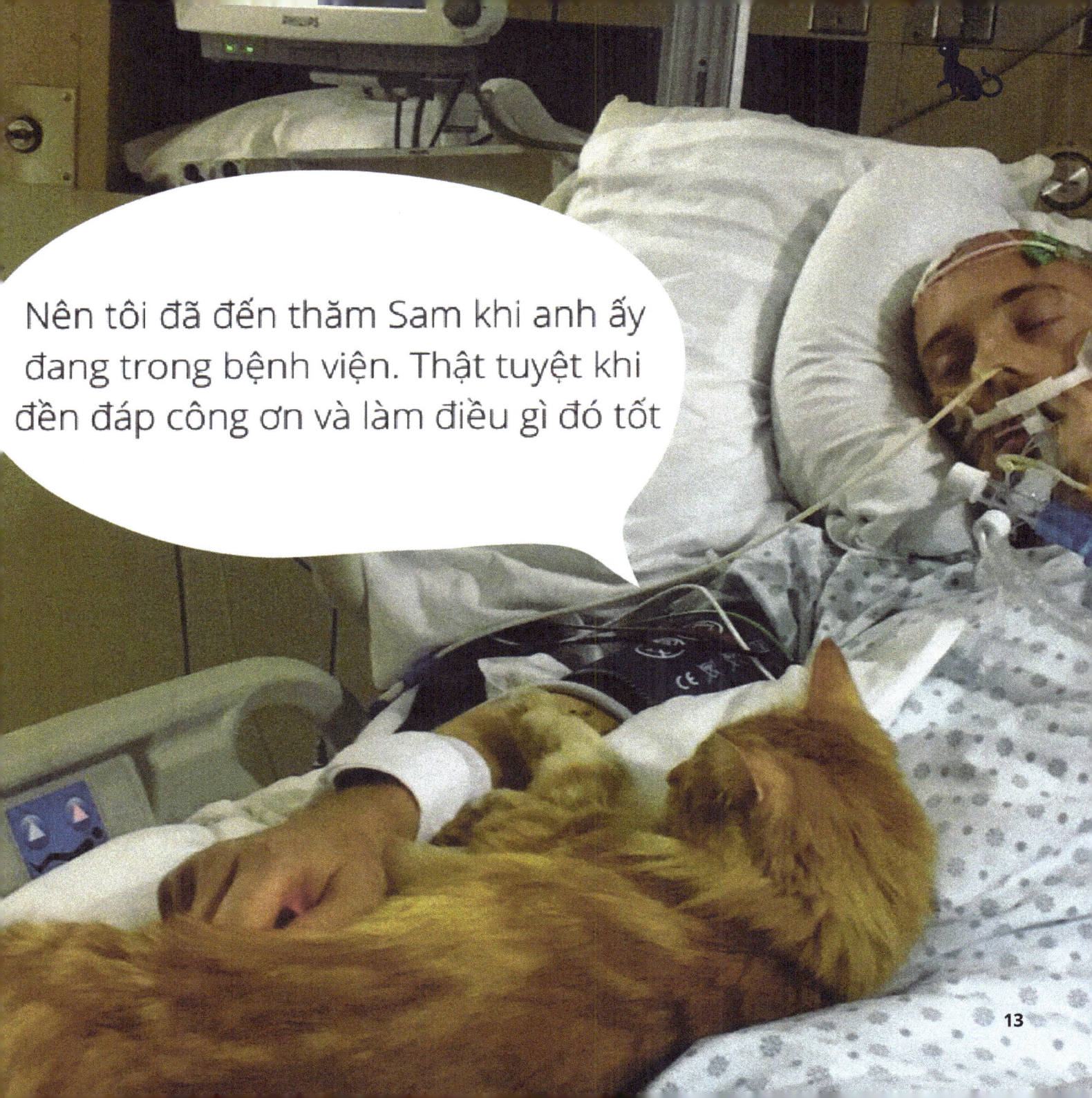

Sam đã gọi điện cho bạn của cậu ấy và tôi đã nghe thấy cậu nói với bạn của mình rằng: " Thỉnh thoảng khi tớ nói chuyện với một ai đó, tớ thường không lắng nghe lắm bởi vì tớ đang suy nghĩ xem tớ sẽ nên nói gì. Mọi người thường muốn lắng nghe và muốn biết được rằng là bạn đang lắng nghe họ. Tớ nhận ra rằng là tập trung vào những điều họ phải nói với bạn thì rất quan trọng và họ sẽ cảm thấy hứng thú vào những lời bạn phải nói với họ.

Con người tớ là sự phản chiếu bởi những người mà tớ đã dành phần lớn thời gian cùng. Tớ phải chắc chắn rằng tớ dành thời gian với người mà tớ tin tưởng, tôn trọng và quý mến về mọi mặt.

Khi mọi thứ trở lên khó khăn và tớ phải đương đầu hay đối mặt, đó là khi tớ đã tìm ra bản thân mình và những người bạn. Tớ đã học được cách đương đầu với những khó khăn, thất bại và tìm kiếm sự giúp đỡ khi cần thiết".

Sam đã đúng, tôi đoán rằng đó là lí do tại sao tôi và cậu ấy là những người bạn tốt.

Bạn có tìm thấy 🐈‍⬛ ở mỗi trang ảnh không?

Sam: Cuốn sách này được bắt đầu như một sở thích của tôi. Nó là cách để đánh lạc hướng tôi từ những khó khăn tôi đang phải đối mặt trong cuộc đời tôi. Nó như một liệu pháp điều trị mà tôi cần. Nó dạy tôi rất nhiều về bản thân tôi cũng như cách để đương đầu với những khó khăn hay thử thách trong cuộc sống.

Trong một quãng thời gian dài, tôi đã nghĩ rằng là tôi biết cuộc sống là gì hay tất cả mọi thứ về nó. Tôi đã rất rất sai lầm. Kể từ khi tôi phải đối mặt với những thử thách mới và vượt qua nó, tôi đã bắt đầu nhận ra rằng cái gì là quan trọng đối với tôi. Sau đó tôi đã có thể đưa ra một quyết định vào thứ mà khiến tôi thấy hạnh phúc. Không có gì phải xấu hổ khi thất bại và cố gắng một lần nữa. Đây gần như là cách những người có ý chí quyết tâm gặt hái được những gì họ mong muốn. Bạn phải thật mạnh mẽ!.

Những phút giây hoàn hảo

www.ingramcontent.com/pod-product-compliance
Lightning Source LLC
Chambersburg PA
CBHW051301110526
44589CB00025B/2908